LEARN VIETNAMESE
FOR KIDS

Vietnamese Language Book For Developing A Bilingual Child

A Ă Â B C D Đ E Ê G H
I K L M N O Ô Ơ P Q R
S T U Ư V X Y

Dedicated to Samm & Hunter

TINY TALKS
PUBLISHING

GESTURES | CỬ CHỈ

Hello
XIN CHÀO

Goodbye
TẠM BIỆT

Good Morning
CHÀO BUỔI SÁNG

Good Night
CHÀO BUỔI TỐI

Thank You
CẢM ƠN

Sorry
XIN LỖI

Welcome
CHÀO MỪNG

FAMILY | GIA ĐÌNH

Father
BA

Mother
MẸ

Grandfather
**ÔNG
NỘI / NGOẠI**

Grandmother
**BÀ
NỘI / NGOẠI**

Older Brother
ANH TRAI

Older Sister
CHỊ

Baby
EM BÉ

FAMILY | GIA ĐÌNH

Younger Brother
EM TRAI

Younger Sister
EM GÁI

Cousin
ANH / CHỊ / EM HỌ

Uncle
CHÚ / BÁC

Aunt
CÔ / DÌ

Family
GIA ĐÌNH

COLORS | MÀU SẮC

Red
MÀU ĐỎ

Blue
**MÀU XANH
DƯƠNG**

Green
**MÀU XANH
LÁ CÂY**

Yellow
MÀU VÀNG

Pink
MÀU HỒNG

Orange
MÀU CAM

COLORS | MÀU SẮC

Purple
MÀU TÍM

Brown
MÀU NÂU

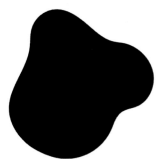

Black
MÀU ĐEN

White
MÀU TRẮNG

Gold
MÀU VÀNG KIM

Silver
MÀU BẠC

SHAPES | HÌNH DẠNG

Circle
HÌNH TRÒN

Triangle
HÌNH TAM GIÁC

Square
HÌNH VUÔNG

Oval
HÌNH BẦU DỤC

Rectangle
HÌNH CHỮ NHẬT

Diamond
HÌNH THOI

Heart
HÌNH TRÁI TIM

FEELINGS | CẢM XÚC

Happy
VUI

Sad
BUỒN

Angry
GIẬN

Excited
PHẤN KHÍCH

Proud
TỰ HÀO

Tired
MỆT

Bored
CHÁN

Worried
LO LẮNG

Scared
SỢ

ROUTINE | THÓI QUEN

Wake Up
THỨC DẬY

Brush Teeth
ĐÁNH RĂNG

Wash Face
RỬA MẶT

Bathe
TẮM

Get Dressed
MẶC ĐỒ

Eat Breakfast
ĂN SÁNG

ROUTINE | THÓI QUEN

Go To School
ĐI HỌC

Go To Bed
ĐI NGỦ

Eat Dinner
ĂN TỐI

Study
HỌC

FOOD | ĐỒ ĂN

Bread
BÁNH MÌ

Milk
SỮA

Egg
TRỨNG

Cheese
PHÔ MAI

Rice
CƠM

Water
NƯỚC

Juice
NƯỚC ÉP

Cereal
NGŨ CỐC

FOOD | ĐỒ ĂN

Cake
BÁNH NGỌT

Cookie
BÁNH QUY

Candy
KẸO

Meat
THỊT

Fish
CÁ

Jelly
MỨT

Soup
SÚP

Pasta
MÌ Ý

FOOD | ĐỒ ĂN

Ice Cream
KEM

Salt
MUỐI

Sugar
ĐƯỜNG

Salad
XÀ LÁCH

Chocolate
SÔ CÔ LA

Coffee
CÀ PHÊ

Tea
TRÀ

VEGETABLES | RAU CỦ

Tomato
CÀ CHUA

Potato
KHOAI TÂY

Peas
ĐẬU

Corn
BẮP

Carrot
CÀ RỐT

Onion
CỦ HÀNH

FRUIT | TRÁI CÂY

Apple
TÁO

Banana
CHUỐI

Grape
NHO

Lemon
CHANH

Orange
CAM

Pineapple
DỨA

Strawberry
DÂU

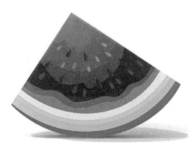

Watermelon
DƯA HẤU

FACE | MẶT

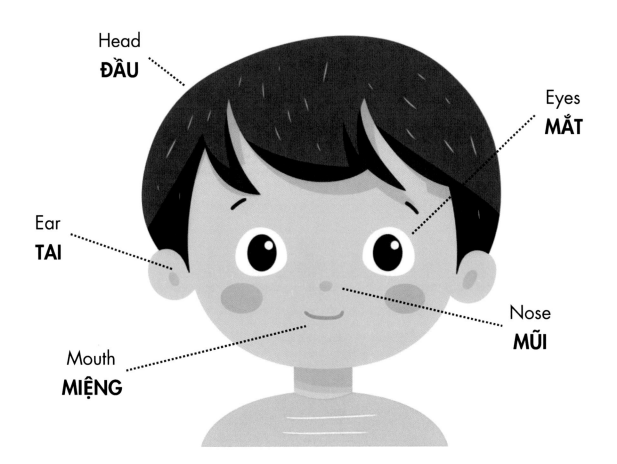

Head
ĐẦU

Eyes
MẮT

Ear
TAI

Nose
MŨI

Mouth
MIỆNG

DESCRIPTIONS | MÔ TẢ

Cold
LẠNH

Hot
NÓNG

Big
LỚN

Small
NHỎ

Wet
ƯỚT

Dry
KHÔ

Long
DÀI

Short
NGẮN

DESCRIPTIONS | MÔ TẢ

Empty
TRỐNG

Full
ĐẦY

Fast
NHANH

Light
NHẸ

Heavy
NẶNG

Old
CŨ

New
MỚI

Soft
MỀM

Hard
CỨNG

Slow
CHẬM

NUMBERS | SỐ

1

One
MỘT

2

Two
HAI

3

Three
BA

4

Four
BỐN

5

Five
NĂM

6

Six
SÁU

7

Seven
BẢY

8

Eight
TÁM

9

Nine
CHÍN

10

Ten
MƯỜI

NUMBERS | SỐ

Twenty
HAI MƯƠI

Thirty
BA MƯƠI

Forty
BỐN MƯƠI

Fifty
NĂM MƯƠI

Sixty
SÁU MƯƠI

Seventy
BẢY MƯƠI

Eighty
TÁM MƯƠI

Ninety
CHÍN MƯƠI

One Hundred
MỘT TRĂM

Toys | ĐỒ CHƠI

Toy
ĐỒ CHƠI

Ball
BÓNG

Doll
BÚP BÊ

Teddy
GẤU BÔNG

Book
SÁCH

Crayon
BÚT MÀU SÁP

Toys | ĐỒ CHƠI

Drum
TRỐNG

Guitar
ĐÀN

Slide
CẦU TRƯỢT

Sand
CÁT

Bucket
XÔ

Shovel
XẺNG

ACTIONS | HÀNH ĐỘNG

Eat
ĂN

Drink
UỐNG

Play
CHƠI

Run
CHẠY

Walk
ĐI BỘ

Sit
NGỒI

Stand
ĐỨNG

Jump
NHẢY

ACTIONS | HÀNH ĐỘNG

Dance
NHẢY MÚA

Sing
HÁT

Laugh
CƯỜI

Cry
KHÓC

Write
VIẾT

Read
ĐỌC

Watch
XEM

Listen
NGHE

ACTIONS | HÀNH ĐỘNG

Open
MỞ

Close
ĐÓNG

Climb
LEO

Swing
XÍCH ĐU

Catch
BẮT

Throw
NÉM

Wash
RỬA

ACTIONS | HÀNH ĐỘNG

Think
SUY NGHĨ

Kiss
HÔN

Draw
VẼ

Hug
ÔM

ANIMALS | ĐỘNG VẬT

Dog
CHÓ

Cat
MÈO

Fish
CÁ

Bird
CHIM

Horse
NGỰA

Cow
BÒ

Chicken
GÀ

Duck
VỊT

ANIMALS | ĐỘNG VẬT

Sheep
CỪU

Pig
HEO

Rabbit
THỎ

Bear
GẤU

Elephant
VOI

Lion
SƯ TỬ

Tiger
HỔ

Monkey
KHỈ

ANIMALS | ĐỘNG VẬT

Giraffe
HƯƠU CAO CỔ

Bee
ONG

Mouse
CHUỘT

Frog
ẾCH

Snake
RẮN

Turtle
RÙA

Penguin
CHIM CÁNH CỤT

Zebra
NGỰA VẰN

ANIMALS | ĐỘNG VẬT

Whale
CÁ VOI

Dolphin
CÁ HEO

Butterfly
BƯỚM

Spider
NHỆN

Owl
CÚ MÈO

BODY | CƠ THỂ

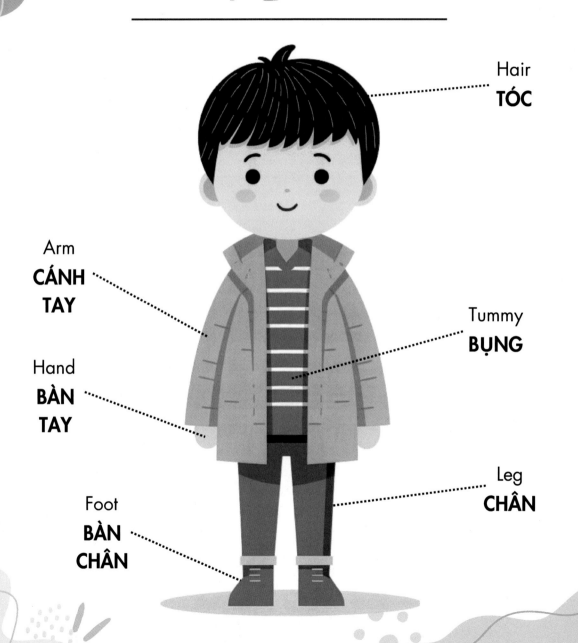

Hair
TÓC

Arm
CÁNH TAY

Hand
BÀN TAY

Tummy
BỤNG

Leg
CHÂN

Foot
BÀN CHÂN

DIRECTIONS | HƯỚNG

Up
LÊN

Far
XA

Right
PHẢI

Near
GẦN

Left
TRÁI

Down
XUỐNG

Inside
BÊN TRONG

Outside
BÊN NGOÀI

HOME | NHÀ

House
NHÀ

Door
CỬA

Window
CỬA SỔ

Bed
GIƯỜNG

Chair
GHẾ

Room
PHÒNG

Bathroom
PHÒNG TẮM

Television
TI VI

HOME | NHÀ

Sofa
GHẾ SOFA

Clock
ĐỒNG HỒ

Pillow
GỐI

Blanket
CHĂN

Bookshelf
KỆ SÁCH

Mirror
GƯƠNG

Bath
BỒN TẮM

Sink
BỒN RỬA

HOME | NHÀ

Desk
BÀN

Lamp
ĐÈN

Drawer
NGĂN KÉO

SEASONS | MÙA

Spring
MÙA XUÂN

Summer
MÙA HÈ

Fall
MÙA THU

Winter
MÙA ĐÔNG

KITCHEN | BẾP

Table
BÀN

Kitchen
BẾP

Fridge
TỦ LẠNH

Oven
LÒ NƯỚNG

Pot
NỒI

KITCHEN | BẾP

Fork
NĨA

Spoon
MUỖNG

Knife
DAO

Bowl
TÔ

Cup
LY

CLOTHES | QUẦN ÁO

Shirt
ÁO SƠ MI

Pants
QUẦN

Dress
VÁY

Hat
NÓN / MŨ

Socks
VỚ

Shoes
GIÀY

Coat
ÁO KHOÁC DÀI

Gloves
GĂNG TAY

CLOTHES | QUẦN ÁO

Scarf
KHĂN QUÀNG CỔ

Pajamas
ĐỒ NGỦ

Skirt
CHÂN VÁY

Boots
GIÀY ỐNG

Slippers
DÉP LÊ TRONG NHÀ

T-Shirt
ÁO PHÔNG

Shorts
QUẦN SHORT

Sweater
ÁO LEN

NATURE | THIÊN NHIÊN

Star
SAO

Sky
BẦU TRỜI

Rain
MƯA

Snow
TUYẾT

Tree
CÂY

Flower
HOA

Leaf
LÁ

Grass
CỎ

NATURE | THIÊN NHIÊN

Cloud
MÂY

Lake
HỒ

Stone
ĐÁ

River
SÔNG

Ocean
ĐẠI DƯƠNG

Beach
BÃI BIỂN

Mountain
NÚI

Wind
GIÓ

Plant
CÂY CẢNH

PLACES | ĐỊA ĐIỂM

Farm
TRANG TRẠI

Garden
VƯỜN

Playground
SÂN CHƠI

Airport
SÂN BAY

School
TRƯỜNG

PLACES | ĐỊA ĐIỂM

Park
CÔNG VIÊN

Road
ĐƯỜNG

Bridge
CẦU

Store
CỬA HÀNG

VEHICLES | PHƯƠNG TIỆN

Bus
XE BUÝT

Car
XE HƠI

Truck
XE TẢI

Boat
THUYỀN

Plane
MÁY BAY

Train
XE LỬA

VEHICLES | PHƯƠNG TIỆN

Bicycle
XE ĐẠP

Ship
TÀU

Taxi
XE TAXI

Motorcycle
XE MÁY

Helicopter
TRỰC THĂNG

Balloon
BÓNG BAY

PROFESSIONS | NGHỀ NGHIỆP

Chef
ĐẦU BẾP

Police
CẢNH SÁT

Firefigher
LÍNH CỨU HỎA

Farmer
NÔNG DÂN

Artist
NGHỆ SĨ

Dentist
NHA SĨ

PROFESSIONS | NGHỀ NGHIỆP

Doctor
BÁC SĨ

Teacher
GIÁO VIÊN

Engineer
KỸ SƯ

Lawyer
LUẬT SƯ

Nurse
Y TÁ

TIME | THỜI GIAN

Day
NGÀY

Night
ĐÊM

Morning
SÁNG

Afternoon
CHIỀU

Evening
TỐI

A Special Thank You!

Dear parents,

From the depths of our hearts, we want to extend a heartfelt thank you for choosing our language learning book for your precious little ones.

Witnessing the wonder of discovery in a child's eyes is our greatest reward. If our book has brought joy and enlightenment to your child's learning journey, we have a small request. Please consider leaving a review.

By doing so, you will help inspire other parents to embark on this linguistic adventure with their children.

Together, let's champion the joy of learning and open doors of opportunity for children across the globe.

Warmest wishes,

L. J. Tran

TINY TALKS
PUBLISHING

86592061R00031